కాలం సైకత తీరం

ఇంద్రప్రసాద్ కవిత్వం

ఛాయ

హైదరాబాద్

KAALAM SAIKATATEERAM
Poetry

Poet : **INDRA PRASAD** (Indraganti Prasad)
e mail : Indraprasadpoet@gmail.com

©Poet

First Edition :
July, 2023

Copies : 500

Published By:
Chaaya Resources Centre
103, Haritha Apartments,
A-3, Madhuranagar,
HYDERABAD-500038
Ph: (040)-23742711
Mobile: +91-70931 65151
email: chaayaresourcescenter@gmail.com

Publication No.: CRC-109
ISBN No. 978-93-92968-73-0

Illustration : **TALLAVAJHULA SIVAJI**
Book Design :**KRANTHI** @ 7702741570

For Copies:
All leading Book Shops
https:/amzn.to/3xPaeId
bit.ly/chaayabooks

అంకితం...

అమ్మకి
(శ్రీమతి ఇంద్రగంటి రాజ్యలక్ష్మి)

అమ్మ,

ఇప్పుడు
అమ్మా నాన్నగారు
అనే జంట పదానికి
ఏకైక వారసురాలివి

జిజ్ఞాస, అధ్యయనం
ఆలోచన, ఆచరణ
ఎచ్చులు పోని జీవితం
అందించిన సంపదగా

రక్త మాంసాల శరీరానికి
వివేచన తోడిచ్చి
ఆబాల్యాదిగా మాతోపాటు
పెరిగి పెద్దదాని వయ్యేవు

నీ దగ్గర పుచ్చుకోవడమే
ఎప్పుడూ

ఇది నీకే

పిల్లలందరి తరుఫునా
ఈ పుస్తకం నీకు

కృతజ్ఞతలు

పుస్తకానికి అన్ని బొమ్మలూ సమకూర్చిన స్నేహితులు, చిత్రకారుడు శ్రీ తల్లావజ్జుల శివాజీ

రూపకల్పన చేసిన శ్రీ నున్నా నరేష్

కారణ భూతుడు నా alter ego జయంతి శ్రీనివాస్

మిత్రత్రయంలో మూడోవాడు పబ్లిషర్ ఛాయా కృష్ణమోహన్ బాబు

కవితల్ని ప్రచురించిన ఈ మాట, సారంగా సంపాదకులు, స్నేహితులు శ్రీ మాధవ్ మాచవరం, శ్రీ అఫ్సర్

పుస్తకాన్ని తన లే అవుట్‌తో తీర్చిదిద్దిన శ్రీ క్రాంతి

తీరానికి ఆహ్వానం

"కాలము సైకత తీరము
నడచినపుడె పడును జాడ
గాలి కదలెనా మళ్లీ కనిపించదు
నరుని గాథ!"
(సోమసుందర్)

కొన్నాళ్లలో వందో పుట్టిన రోజు జరుపుకుంటున్న శ్రీ ఆవంత్స సోమసుందర్ నన్నూ, నా స్నేహితుల్ని సాహిత్య జలధికి దగ్గర చేసి, ఈదడం, మునకేయడం నేర్పిన పెద్దమనిషి. ఆయన పరిచయం, సాన్నిహిత్యం మమ్మల్ని మనుషుల్ని చేసేయి. జీవితపు అన్ని అంకాలకి సరిపడ దిశా నిర్దేశం పరిపుష్టంగా అందుకున్నాం.

అందుకు ఎప్పుడూ ఆయన స్మరణీయుడు.

కాలంతో ప్రయాణంలో సాహిత్యం తన హక్కుని వినియోగించుకుని నాకు అనేక పరిచయాలు చేసింది. ఈ పరిచయాలు నా కవితావ్యక్తిత్వాన్ని, కవితాభివ్యక్తినీ చాలా ప్రభావితం చేసేయి.

AK రామానుజన్, మో, ఇస్మాయిల్, నెరూడా, రూమి, అకికో, దార్విష్, చాలానే సంభాషించేరు. కొందరయితే తోడబుట్టిన వాళ్లెయ్యేరు. ఆత్మబంధువులయ్యేరు. రోజువారీ జీవితంలో అంతశ్చేతనని వెలిగిస్తూ, ఆ వెలుగులో దారి చూపిస్తూ లయాన్విత నిశ్శబ్దాన్ని తెలుసుకుని, తిరిగి చెప్పే భాషని, సాంప్రదాయాన్ని ఎరుక పరుస్తూనే ఉన్నారు. ఎప్పుడో చదువుకున్నా, అప్పుడప్పుడు వెతుకునే పురాస్మృతుల సంస్కృత కావ్యాల తాజాదనం వెన్నంటే ఉంటుంది.

ముప్పయి సంవత్సరాల క్రితం "నడిచి వచ్చిన దారి" పుస్తకంగా వచ్చేక, ఇన్నేళ్లకి మళ్లీ ఈ పుస్తకం.

రాసిన వందలాది కవితల్నుంచి ఎంపిక చేసిన కవితల తీరం ఇది.

జీవనయానం అనేక ప్రయాణాల సమాహారం. ఆధునిక మానవుడికి ఊళ్లు, సెలయేళ్లు, నగరాలు, శిఖరాలు, నదులు, ఎడారులు, ఆకాశ మేఘాలు, సముద్రాలు, పచ్చిక బయళ్లు అన్నీ అనుభవంలోకి వచ్చేవే.

వలస, ప్రవాసం, దేశాంతర, ద్వీపాంతర నివాసం అవసరమైన కాలమిది. రెక్కలు పరచుకున్న అవకాశాలు, ముమ్మరమవుతున్న దేశీయ ఆర్థిక, రాజకీయ, సాంఘిక సంక్షోభాలు కారణాలు. 'ప్రపంచ మొక కుగ్రామం' అనే నినాదం వినబడుతూనే కాందిశీకులు దాటలేని దేశాల హద్దులు అన్నిచోట్లా చూస్తూనే ఉన్నాం.

రాజకీయం అంతర్వాహిని జీవితానికి. ఆలోచనాపరులు రాజకీయాన్ని ఎదుర్కొంటూనే ఉన్నారు అన్నికాలాల్లోనూ. తమ తమ పరిధుల్లో, తమ తమ వైవిధ్యభరిత వ్యక్తీకరణలో వ్యతిరేకిస్తూనే ఉన్నారు. ఎప్పుడు రాజకీయం జనబాహుళ్యానికి కంటకంగా ఉంటుందో అప్పుడల్లా. అలాగే భవిష్యత్తు ఆశావహమని నొక్కి చెబుతూనే ఉన్నారు.

అన్ని కాలాల్లోనూ, అన్ని నాగరికతల్లోనూ, ఋషి ప్రాయులైన కవులు సమిష్టి ప్రయోజనం కోసమే గానం చేసేరు. ఒంటరి పాటలన్నీ, మార్మికమైన సమిష్టి రాగాలే.

"కవి తన జీవితంలో ఒకే ఒక కావ్యం రాస్తాడు, ప్రతి రచనా అందులో భాగమే" అని శేషేంద్ర అన్నారని చెబుతారు. నా వరకూ నాకు అది నిజమని అనిపిస్తుంది. ఈ పుస్తకంలోని కవితలన్నీ వేర్వేరు కాలాల్లో, సందర్భాల్లో రాసినా, అన్నీ ఒక కావ్యంలోని భాగాలే. ఇవన్నీ జీవనకావ్యంలోని పర్వాలే. మహాకావ్యమంటే అష్టాదశ వర్ణనలు ఉండాలని పూర్వీకుల మాట. జీవితమే కావ్యమయినప్పుడు అన్ని వర్ణాలతో ఇంద్రధనుస్సు కనిపిస్తుంది కదా!

ఈ పుస్తకంలో మొక్కుబడికి, పెట్టుబడికి, అవసరానికి, ఉత్ప్రేరకానికి పుట్టిన కవితలు లేవు అలాగే మెచ్చుకోలు కోసం పుట్టించిన ప్రయోగాలు లేవు. సహజంగా, ఆలోచనలు నాటుకుని, పక్వమై, తమంత తామే ఆవిష్కరించుకొన్న ఈ పద్యాలు సొంతంగా ఎదిగి పుస్తకంలో భాగమయ్యాయి.

ఆదరిస్తారని కోరుతూ..

ఇంద్ర ప్రసాద్

26 జూన్ 2023

దోహా

ఇదీ వరస!

ఆవలి తీరం

నిన్న పాడిన కోకిల

శబ్ద సహస్రాల
పద విన్యాసం
అర్థం నిర్గుణ బ్రహ్మం

గాలి పాటకి
వేల ఆకుల చేతులతో
పరవశమై
నిలబడి
చెట్టు చప్పట్లు

నిన్న పాడిన కోకిలేనా
ఇవాళ పాడింది?

పాటలన్నీ

పాటలన్నీ చట్రాల్లో
ఇరుక్కుపోయేయని

జేబు నిండా
మాటలు నింపుకొని వచ్చాను

పద్యమై

పగిలిన పాదాలు అనుభవమే
పెదాలు నెత్తురోడడం కూడా..

జీవితాన్ని ఎంత దగ్గరగా చూస్తే
కవిత్వం దుఃఖ కెరటం అవుతుంది?

పదాలు పగిలి
పద్యమై రోదిస్తుంది?

అసంగతం

ఇన్ని అసంగతాల మధ్య
మిథ్యా బింబంలా
నీడనై
నిలువెత్తు జాడనై
శబ్దాన్ని
జొపోసన పట్టడం ఎలా?

పద్యం రెండు భాగాలు

పద్యం
రెండు భాగాలు

ఒక భాగం
తన పరిరంభంలో
ప్రపంచాన్ని చుట్టి
అలంకారాలని
విభక్తుల్ని
నిషేధించిన క్రియలని
పదచిత్రాల
పరిమళాలతో
గుబాళిస్తుంది

మిగతా సగం
నీ గురించే

తెరిచి మూసే
కళ్ళలా
శబ్దానంతర
నిశ్శబ్దంలా

చూస్తూనే ఉన్నానా...

చూస్తూనే ఉన్నానా,
మొగ్గ
ఎప్పుడు విచ్చుకొందో
తెలీనే లేదు

నాతోనే నడుస్తున్న
చందమామ
ఆకాశం అంతా
ఎలా వెలుగు చిమ్ముతోందో!

వాక్యాల కోసం
వెతుక్కుంటూనే ఉన్నానా,
మెరుపులా, నవ్వే ధాన్యం గింజలా
పద్యమెలా విరిసిందో!

సౌందరనందం

వయో పరిపాకంలో
చిక్కుడు విత్తనం
విడివడి
చేతులు జోడించిన
మొదటి పాఠం

నెమలీకల పుస్తకాల
కొసలు నలిగిన పుటలు
నడిచిన రోడ్లమీద
ఏరుకొన్న రావి ఆకుల
స్పష్టమైన సౌందరనందం

అద్దమా? శబ్దాలంకారమా?

మునివేళ్లతో తాకి
గరుకు గెడ్డాన్ని
సుతారంగా రుద్ది
నురగద్ది
తెగ్గోసినప్పుడు
చూస్తూనే వుంటా
రేజరు తాకించి..

కంప్యూటర్ స్క్రీను కనిపిస్తుంది
మబ్బులు కనిపిస్తాయి
వుక్క అనిపిస్తుంది

కాలరెత్తి
మెడ రెండుపక్కలా
వేలాడే టైని
ముడిపెట్టడంలోనే

అద్దంలో ఆఫీసు
ప్రత్యక్షమవుతుంది
అద్దాల మేడలో
చిలక గిలగిలా
కొట్టుకొంటూ..

కడుక్కొన్న ముఖం కూడా
కల్లోల సాగరమే
నవ్వు అద్దుకొన్నప్పుడు
ప్లాస్టిక్ పువ్వుల పరిమళం

చైనా కథలో
కనిపించిన సవితిలా..
అర్థంకాదు ఈ అద్దం

అంతర్యుద్ధాలకి
అద్దం అద్దమా?
శబ్దాలంకారమా?

అద్దం అబద్ధం

అద్దంకంటే
అబద్ధం ఎక్కడైనా
కనిపిస్తే చెప్పు
ఒకసారి పలకరిస్తా..

ప్రతిసారీ
కనిపిస్తాయి కొత్త ముఖాలు
ఒకరోజు నాన్న
ఒకరోజు తమ్ముడు
మరోరోజు కత్తిరిమీసాల
ఆఫీసు మొదలాలి
ఇంకోరోజు విదూషకుడి
వేషంలో మహాకవి

గెడ్డం నురుగులాగో
వడివడి అడుగుల
గడియారం నడకలాగో తప్ప
రెండు కళ్ళు, కళ్ళ మధ్య ముక్కు
పైన నుదురు కనబడనే
కనపడదు

అంతర్వేది

త్రోవ
బహు దుర్గమం

ఎగిరే పక్షికే
బోల్డంత సులువు

నీకేం
నువ్వు సముద్రంలో కలుస్తావు
నేనే
దీపంలా కొండెక్కుతా..

ఉనికి మరచిన నిరీక్షణ

పాట ఎవరు పాడితేనేం
నా చెవుల్లో తేనెలూరేయి
పంచేంద్రియాల పరవశమంటే
తాదాత్మ్యత కాదా!

ఆరోహణావరోహణాలు
ఒడిదుడుకులు

గోపాలురు, పాలపుంత
నక్షత్ర శకలాలు
ఉత్తుంగ తరంగమూ
ఉపమానాన్ని మించిన ఉత్ప్రేక్ష
ఉనికిమరచిన నిరీక్షణ

ఒడిసి పట్టగలనా?

ఘనమైన ఉదయాస్తమయాల మధ్య
ఆవిరైన రోజు
రాత్రి ద్రవమై
జారిపోతుందేమో

గంధ మారుతాన్నె
వెన్నెలని ఒడిసి పట్టగలనా?

ఒక మధ్యాహ్నం

నీరెండా
నేనూ
రికామీ పాటా
గంభీరంగా
మర్రిచెట్టు

రాత్రి ఎప్పుడవుతుందా

రాత్రి ఎప్పుడవుతుందా అని
చూస్తుంటాను
పగలంతా

సముద్రం దగ్గర
నదీ మూలాన్ని
తలుచుకొంటూ
కరిగే మంచుకోసం
చూస్తుంటాను

రాత్రికి పగటికి
వారధినవుతూ
రంగులు మారే
కాలరేఖనై

నేను నించున్నదే
నేల

ప్రపంచాన్ని
రెండుకళ్ళతోటే
చూస్తే
దృష్టిలోపం..

ప్రపంచాన్ని
మనోనేత్రాన్ని తెరవడం ఎలా?

చొక్కా

నువ్వంటావు
'ఎప్పుడూ పాత చొక్కాయేనా?'
కొత్తగా ఉన్నప్పుడు కూడానా!

గుడ్డ కొని
కొలతలిచ్చి
దర్జీ కుట్టేదాకా ఆగి
సరిచూసుకొని
ఇస్త్రీ చేసుకొని
కట్టుకొన్నప్పుడు కొత్తది కాదా?

నాలాగే
కాలాన్ని, ఎండనీ, నీటినీ,
సబ్బుని, నురగని
భరించేక పాతబడదా!

గట్టిగా ఉన్నంతకాలం
వంటిని కప్పినంత కాలం
నాతో ఉండనియ్య
కాఫీ మరకలు
జబ్బల కింద రంగు మారడం
లేనంతవరకు
కాస్తంత రంగు తగ్గతేనేం ఉండనియ్య
పాత చొక్కా కూడా
చొక్కాయే

అద్దకం

ఎలా ఉన్నావో కంటే
ఎలా ఉండాలో చెప్పే
అద్దమే జీవితమయ్యేక
అంతా అద్దకమే
నిరర్థకమే

లయ తెలియని
గమనంలో
భ్రమే వాస్తవం
నమ్మించడమే నిజం
నమ్మకమే కనికట్టు

అద్దానికి అటూ ఇటూ

నా మాట తనకి వినబడదు
తన ఘోష నాకు వినబడదు
రోజు చూసుకొంటూనే ఉంటాం

పనిలో ఉంటానా–
పిలిచి నట్లనిపిస్తుంది
కనుబొమ్మలెగరేసి
చూస్తాను

ఆకతాయి పిల్లాడిలా
పడవ నడుపుతూ
తన పాటున తాను

అప్పుడప్పుడు
ఏదో ఆలోచిస్తూ తనకేసి
చూస్తానా–
నీటి కాగితాన్ని పరిచి
చదువుకొమ్మంటుంది

అద్దానికి అటూ ఇటూ
నేనూ సముద్రమూ

జేబుల నిండా ఇసుక

చెట్టాపట్టాలేసుకొని
ఇసుక పల్లాలమీద కూర్చొని
క్షిజితరేఖమీద చూపు నిగిడ్చి
కలల తరగలమీద ఊగలేదా?

ఉదయాస్తమానాలు
రజనీకర విభావరులు
సాంద్ర సముద్రతీరమై
తరించలేదా!

ఈ ఇసుక గడియారపు ప్రయాణంలో
ఎప్పుడు వక్రరేఖమీద నిల్చున్నానో
చెప్పగలవా?
నేనే తిరగబడ్డానో!

నువ్వొక సముద్రానివి

నువ్వొక సముద్రానివి
నువ్వే నదిఒడ్డుని ఒరుసుకొంటున్న
రెల్లు గడ్డివి
మంచు ముక్కలమీద
కరుగుతోన్న పాటవి
రాగభేదానికి త్రుళ్ళిపడ్డ
గుండె లయవి

ఉదయాస్తమయాలకి
చీకటి వెలుగులకి
చేతనావచేతనాలకి
అభేదమన్నట్లు
ఆకులన్నీ తిరిగిన
అరవై ఏళ్లచక్రం
కాల రాట్నం వడికిన
నెయ్యం

మరోసారి
దండలు మార్చుకొన్నట్టు
చూడవలసిన తీరాలు

బాల సూర్యుడి మురిపాలు
గుప్పుమనే పరిమళాలు
ఇంకా ఉన్నాయిలే

ఇప్పుడే మళ్ళీ
మొదలయ్యింది లెక్క
వయోలిన్ ఇప్పుడే
శ్రుతి చేసుకొంటోంది
కచ్చేరి మొదలు..

కొత్త దుర్భిణి

చర్మ రంధ్రాల్లోంచి
ఉబికివచ్చే స్వేదంలా
చలత్ చంచల జీవితం
కొత్త రంగుల మయం

పలిత కేశాలూ
కళ మారే దేహమూ
గురి తప్పిన చూపూ
మతిమారిన తోవా..

బింబం వంటిదే
ప్రతిబింబం కూడా
అద్దంతో విభేదించి పనిలేదు

రంగులూ హంగులూ
అమర్చుకోవడం కన్నా
దేహగేహంలోకి చూసే
కొత్త దుర్భిణి కావాలి.

నా నడక

నా నడకలో
ఉదయ సాయంత్రాలు
శబ్దాలు, దృశ్యాలు
కలిసి అడుగులేస్తాయి

గతానేక సందర్భాలు
ఊళ్లు, నగరాలు, దేశాలు
స్నేహితులు, పరిచయస్తులు
పుస్తకాల్లోంచి పలకరించే
జీవ ప్రతిబింబాలు
పద్య శకలాలు
నా మస్తిష్క వారాశిలో
నిత్య సందోహమే

పిల్లలు, పిట్టలు
చెట్లు, పొదలు
చివుళ్ళు తొడిగే కొమ్మలు
రంగులోలికే పువ్వులు
జీర్ణపత్రాలు
నా కన్నుల నింపే
విస్తర కాంతి పవనాలు

నడక కూడా
ఋతుపర్ణాలు ఎగరేసే
పక్షిరుతమే!

మొదలైనట్టే

నన్ను నేను కొక్కేనికి
తగిలించుకుని
విడుదలై
కాలు చాపుకొని
నక్షత్రమండలం కేసి
చూస్తే
పంఖా గిర్రున తిరిగింది

మూతబడ్డ కప్పులోంచి
లోపలికి రాలేక
కిటికీలోంచి
తొంగిచూసే వెన్నెల

రాత్రి ఎప్పుడయ్యిందో
తెలీనప్పుడు
ఉదయం కోసం చూడ్డం వృధా

పుక్కిలించిన నోట్లోంచి
ఉలిక్కిపడ్డ వక్కముక్క
గీసిన నాలిక మీద
అక్షరాల వెలుగు

చెప్పుల్లో కాళ్ళు పెడితే
రోజు మొదలైనట్టే.
చిల్లులు పడ్డ చెవుల్లో
ఉలి దెబ్బల మాటలు
మొదలైనట్టే

కౌగలింత

కొన్ని సందర్భాలతో
రోజు గడుస్తుంది

సమయాసమయాలెరుగని
ఉత్సాహంతో,
ఒకోసారి
భయంతో,
కొండొకచో
ఉదాసీనంగా

నిదరంటూ వస్తే
కొన్ని కలలతో రాత్రి...

కాలాన్ని కొలవడమెందుకు
అదేమైనా పరిమితమా?

ఇవాళే వృథా
రేపెందుకు?

ఓ వయసు దాటేక
ఏ రూపంలో వచ్చినా
కౌగలించు కోవడమే

రేపు లేదని
తీర్మానించుకోవడమే
ఇవాళ ఎప్పుడో నిన్న కదా

గాలి తిరిగినట్లే
గాలి కమ్మినట్లే
గాలి వదిలినట్లే

ఎంత దూరంనించి
ఎగురుకొంటూ వచ్చినా
ఇక్కడ ఉండడానికి రాని పక్షిలా
సమయమే ఎదురుచూస్తూ వుంటుంది.

బల్మున తెల్లవారుతుందా!

తలుపులు మూసి
తలపుల కవాటాలు తెరిచి
కళ్ళు మూసి
కలల పరదాలు పరిచి
చుక్కల లెక్కలో చక్కర్లు కొట్టి
ఘప్పన్న చప్పుళ్ళు విని

వాళ్ళు మరిచి మరిచి
స్పష్టాస్పష్ట విశ్లేషణ విడిచి
శవాసనమై
శ్వాస లయబద్ధమై
తేలికై కన్నుతెరిస్తే
బల్మున తెల్లవారుతుందా!

నిద్రరాని వేళ

ఫ్యాన్ శబ్దం,
పక్క గదిలో
వెలిగే దీపం,
గుచ్చుకునే
బనీను అంచులు
జరిగిపోయే తలగడ
ఎత్తు సరిపోని
తలకింద మోచేయి
బుర్ర దురద
అరికాలు చివచివ
ఇది పరుపా, కట్టెల పడకా?

అతనంటాడు కదా..

అతనంటాడు కదా..
ఎందుకలా
విడిచేసిన
బట్టలకోసం
ప్రార్థిస్తారు?

బట్టలా అవి?

ఆవుల పొడి వాసన
వెన్న జిడ్డు
లేగ దూడలు
ఒరుసుకొని
ఒంటికంటించిన
జేగుర మట్టి
పేడకంపు

జలకాలాడి
యముననీది
ఒడ్డునున్న స్ఫటికరాళ్లతో
ఒళ్ళురుద్దుకొని
మెరిసిపోతూ

ఇంకా
వసనాలంపటాలెందుకు
రండి ఆడుకొందాం
మధుక్రీడలు
పుప్పొడి పరాగాల
పరిమళాల
మేని జలదరింపు
గాలి పడగల
వల్లెవాటు

నీకు మాత్రం తెలుసా

పిలుస్తూనే ఉంటావు
పని ఉన్నా లేకున్నా

సాయంత్రం అయ్యేప్పటికి
రాత్రి – నిల్చున్నపళాన
వచ్చేసినట్టు
నీ పిలుపుకోసం
కాచుకుని ఉండాలా?

"ఎందెందు వెదకిజూసిన.."
అని ఆ అబ్బాయి
అనేసేక ఇంక మిగిలిందేవుంది
ఆ తండ్రి ఎక్కడ చూపించమంటాడోనని
అన్ని చోట్లా తానే అన్నట్లు...

నేను సాదా సీదా మనిషిని
నాకూ చిన్నచిన్న పనులుంటాయి
ఆకాశం కేసి చూడడమో
పుస్తకంలో లీనమవడమో
ఏదో జ్ఞాపకాన్ని నెమరేసుకోవడమో
అంతెందుకు నీ పిలుపుకోసం

చూస్తూవుండడమో...

ఏదో మాటవరసకి పిలుస్తావు కానీ
ఎందుకు పిలిచేవో నీకు మాత్రం తెలుసా?!

పడవ కోసం

పిల్లలాడుకొంటూున్న
సాయంత్రం వేళ
బుర్ర వంచుకొని
వలయాకారపు
త్రోవలో నడుస్తోన్న
సంధ్య వెలుగుని

తళుక్కున మెరుస్తోన్న
మస్కరా కళ్లవెలుగుల
మద్యశాల
ఆఖరు బెంచీ మీద
ధ్వనికి అతీతంగా
నిశ్శబ్ద ద్వీపంలో
ద్రాక్ష సారాని

నిద్రాస్వనానికి
ముగ్ధలైన
స్వప్న సంచారుల లోగిల్లో
మెలకువ కువకువలకి
తెప్పరిల్లిన
శూన్యరశ్మిని

దివారాత్రాల
పొడవు కొలుస్తూ
పడవ కోసం
ఎదురుచూస్తూ..

పడిపోయిన చోటే

పడిపోయిన చోటే
వెతుకుతున్నాను

ఉదయం
మధ్యాహ్నం
ఎండలో,

చీకటపడ్డాక,
దీపం వెలిగించుకొని,

వానలో గొడుగేసుకొని

ఆకలేస్తే
ఇంటికెళ్లి అన్నం తిని మళ్లీ...

నిద్ర వచ్చినప్పుడు
కాస్త కునుకుతీసి...

ఏళ్ళు గడుస్తున్నాయి కానీ
దొరకడం లేదు

మొదట్లో
ఎందుకు వెతుకుతున్నానో
తెలుసు.

ప్రతీరం

చీటీ

ప్రశ్నలగుంపులోంచి
ఒక చీటీ ఎత్తుకొంటా
తెరిచి నవ్వుకొని
ఇంతేకదా అనుకుంటానా,
జటిలమై
తాడులా మెడచుట్టూ
అల్లుకొని
ఎంత వెతికినా
జవాబు దొరకదు
అప్పులా...
ఆత్మావలోకనానికి
మూసిన కన్నులా...

మెడసాచి గదిలోకి
దూరిన ఒంటె

ఉదయమెప్పుడూ

ఉదయమెప్పుడూ
అందమైనదే
నువ్వొక సముద్రం దగ్గరకో
నది ముంగిటకో పోనక్కరలేదు

నీ కిటికీ ముందు
రాలిన పారిజాతాల పరిమళం
చలి చక్కిలిగింతలో
మంచు జారే చెట్ల ఆకుల గాంభీర్యం

చలి నెగళ్లు
సంకీర్తనాల వెలుగులో
ధనుర్మాసం సందడి
తేలియాడే బృందగానాలతో
క్రీస్తు జనన సందోహం

డిసెంబరాలు,
నీలంబరాలు
గొబ్బి పువ్వులూ
గాల్లో తేమా

వసంతాన్ని తలపించే

చిక్కబడ్డ తుషారం
అలంకారాలతో నేల
ఋతుమతే

పొలాలు,
కుప్పలు పడ్డ కంకులు
ధాన్యమై
ఏటికేడాది సంబరమై

హేమంతంలో
ఉదయమెప్పుడూ
అందమైనదే
సముద్రమూ, నదీ
నీ ఇంటికొచ్చినట్టే.

నిర్బంధ గీతం

రాత్రి మీద
నమ్మకం లేకపోతే
ఉదయాన్నెలా
చూడగలం?

ఇంట్లో కూర్చున్నంత మాత్రాన
తలుపుమీద
సుద్దగుర్తు చెరిగిపోదు

కిటికీ మూస్తే
కొంతనేపే
నీ శ్వాస నీకు వినిపిస్తుంది
తర్వాత
వినిపించేది ఆందోళనే

రాగ సంచయనాన్ని వినడానికి
చెవి సిద్ధమైతే సరిపోదు
ఎంత ఏకాంతమున్నా
ప్రశాంత చిత్తమవదు

ఎప్పుడో విన్న పక్షిగొంతు
మళ్ళీ వినిపిస్తుంది

పెరట్లో మొక్కలు పూస్తాయి
పాత ఉత్తరాలు పరిమళిస్తాయి
ఫొటోల్లో చలనమొచ్చి
సినిమా నడుస్తుంది

కడుపు నిండిన రోజు
భయాన్ని నవులుతూ
మర్నాటిని కంటుంది

దారి తెన్నూ తెలీని
ప్రవాసంలో
పనిలేని వేళ
కదల్లేని బందీ లా
రోజు నిర్బంధం
పక్షిలా ఎగరలేని
నిస్సత్తువ
గూడులేని నగరంలో
రేపటికంటే
ఇవాళే నిజంగా భయం

తెల్లారుతుంది
యుద్ధం ముగిసేకా
బ్రతుకు మిగిలేకా?

రాత్రి ముగుస్తుంది
హృదయ శూన్యత తోనా
ఉదయ సూర్యుడితోనా?

దగ్గర్లోనే సముద్రం

దగ్గర్లోనే సముద్రం
ఇసుక తిన్నెలు పరుచుకొని
ఎదురుచూస్తునే ఉంటుంది
ఎన్నిసార్లు చుట్టాన్నై పలకరించేను?

రోజూ రంగుల మయమైన
సూర్యోదయం
ఎన్నిసార్లు కళ్ళు విప్పార్చుకొని
భంగిమ నయ్యేను
ఈ వర్ణమాలలో?

పులకిత శబ్దసహస్రాలతో
పక్షులు పిలుస్తునే ఉంటాయి
క్రమం తప్పకుండా
రోజూ బడికెళ్ళే పిల్లల్లా..

అయినా
ఎప్పుడైనా
బదులు పలికేనా
ఒ హెూమ్ అంటే ఒ హెూమ్ అని?

కాలం సంక్షుభితమనీ
సమయం సరిపోవడం లేదనీ

నన్ను నేను తరుముకోవడమే

ఇప్పుడంటే
ముక్కుకి మూతికి కట్టిన
బట్ట అడ్డమని
వైరస్ ఒక భీభత్సమని
చెప్పి తప్పించుకోవచ్చేమో కానీ
మనసు చుట్టూ ఉన్న
ఇనప తెరలు ఒప్పుకోవాలి కదా

ఒక్క లిప్త సేపు
అజాగళ స్తనాల
అసంబద్ధత
తెలుసుకోగలిగితే
ప్రపంచం ప్రమోదమే
సంగీత సమ్మోహమే

దూరానిదేముంది
కిలిమంజారో కూడా
పక్క వీధిలోనే
హిమశృంగంతో కూడా
సరాగాలాడచ్చు
కాస్త ఓపిక చేసుకొంటే
మేఘాలతో కలిసి తిరగచ్చు

ఓ సాయంత్రం

ఒక మేఘం
నీళ్ల కోసం తిరుగుతూ ఉంది
తెల్లగా స్పాంజ్ ముక్కలా
కోనేటి మీద వాలుతూ

మబ్బు ఒకటి
నీళ్ల భారంతో నడుస్తోంది
తల కెత్తుకున్న బిందెతో అమ్మలా

మబ్బుల గుంపులు
దగ్గర దగ్గరగా
దుమ్ములేపుతూ
ఇంటి బాట పట్టిన
గేదెల మందలా

త్రుళ్లి పడుతున్న
సాయం కాంతలా
మెరుపు

చప్పుడు చేస్తూ
మట్టతో పాటు

పడిన కొబ్బరికాయలా
ఉరుమొకటి

ఇంక జల్లుపడుతుందని
ఎక్కడ్నించో ఎగిరి వచ్చింది
తూనీగ

గాలి చడి చేయకుండానే
కంటి అద్దం మీద చినుకు

అయినా

ఆరుబయట
పక్షి పాట వినిపిస్తుంది

సాయంత్రం
ప్రార్థన కోసం
పిలుపు కూడా

ఎక్కడో కంత వెతుక్కుని
సూర్యుడు
ఏదో ఒక వేళ మెరుస్తాడు
సెంట్రీలా పలకరిస్తూ

అప్పుడప్పుడు
ఉబుసుపోక
ఫైర్ అలారం మోగుతుంది
కాస్సేపటికి ఆగిపోతుంది
అంబులెన్స్ శబ్దంకూడా

సమయం ప్రకారం
భోజనం దొరుకుతుంది
పుస్తకాలకి నిషేధంలేదు

కావాలంటే టీవీ పెట్టుకోవచ్చు
(ఎవరిక్కావాలి దుర్వార్తలు?)

ఆరోపణలు లేవు
రిమాండ్ కూడా కాదు
అయినా
ఇంట్లోనే ఉన్నానా!
జైల్లోనా?!

చొక్కా విప్పి

చొక్కా విప్పి
దండేనికి తగిలించేక
ఈ సాయంత్రం ఇంక నా సొంతమే
పక్క దులుపుకుని పడుకొనే దాకా
అక్షరాలు కళ్లనంటుకొని వదలవ్

పద్య సహస్రాల భారతమో
గద్య నాటకం కన్యాశుల్కమో
గుడ్డ కుర్చీ, కళ్లజోడూ
కప్పు టీ
గ్లాసుడు మంచినీళ్లా తోడుంటే
సంధ్యకి తలవంచి
వందనం చెయ్యనా!
తలుపుల విశ్వానికి
తలుపులు తెరవనా!

తెగిన గొలుసులు

పగల్ని అమ్మేసి
రాత్రిని కొనుక్కున్నాను
నిద్రని తాకట్టుపెట్టి
ఉద్రేకాన్ని అద్దెకు తెచ్చుకొన్నాను

అంతా చీకట్లో ఆవిరయి
అజాగళ స్తనాల
అసౌకర్యం మిగిలింది
వధ్యశిలమీద పద్యం

వెచ్చని సముద్రతలం మీద
సహస్రాక్షుడి సహపంక్తి భోజనం
చేపల చాపల కోసం
పడవ ప్రయాణం
లంగరేస్తే బట్ట నిలువదు

సముద్రం దగ్గర జీవశాస్త్రం
వేదాలూ, హాలాహలమూ
మోసానికి మొదటి పాఠాలూ
మగ మోహిని, ఇద్దరూ ఒకరే
నిర్వచనోత్తర పాపం

వ(ప(కీడలో రోడ్ రోలర్
గుంతల రహస్యాలన్నీ
సురగంగార్పణం
ముసురు చక్రంలో
శనగపిండి వేగుతోన్న వాసన

శిరియాళుడి
శివపూజలో
పండగనాడు
తెగిన మేకల లెక్క
అతిథి కోసమే వంట

పవి(త యా(తలో
ఆరాఫత్ పర్వతం
గులకరాళ్ల మయం

ఏముంది విచిత్రం?

నేను
తప్పులు లెక్క పెడుతూ ఉంటా.

లెక్కపెడతా.
ముందు చేతివేళ్ళతో
తర్వాత కణుపులతో
పాదాల వేళ్ళు కూడా
అయిపోయేక
కాగితమ్మీద గీతలు గీస్తూ..

ఆకాశాన్ని, భూమినీ
గాలిని, నీటిని కూడా
వదిలేది లేదు.

ఏముంది విచిత్రం
అందరూ చేసే పనేగా!

శ్రద్ధ

పొట్టి చేతుల చొక్కా వేసుకొని వెళ్లాను
'ఏమిటి కొత్తగా ఉన్నావు' అన్నారు వాళ్ళు
చొక్కా చేతుల పొడవుతో కూడా
కొత్తదనం వస్తుందా ?
ఒకరోజు టై కట్టుకోకుండా వెళ్లాను
నాకు పని మీద శ్రద్ధ లేదని తీర్మానించారు

నిన్న జనమే జనం

మ(ద్రాస్ బస్సులో
మల్లెపూల చెమట వాసన
సినిమా టికెట్ల క్యూలో
పౌడర్ స్నేహ
విమానాశ్రయం
చెకింగ్ కౌంటర్ దగ్గర
ఫౌండేషన్ ముఖాలు

నైట్ క్లబ్ ఎత్తుబల్ల
చుట్టూ చేరిన
ఆడవాళ్ళ మగాళ్ల
పొగాకు నుసి
ఆల్కహాల్ బుసబుస

కూరగాయల సంతలో
తోసుకొచ్చిన పసుపు వాసన
రైలు తొడతొక్కిడిలో
జామపళ్ల బుట్ట
సమోసాల జంగిడి
తంపటకాయల తట్ట

జనమే జనమైన నిన్న

పరిక్షిత్తులా నేడు
ఒంటిస్తంభం మేడలో నేడు
నిర్జనమైన నేడు

జవజావలాడే నిన్ను
ఒంటరి గజిబిజి నేడు

రేపు ఉంటుందిలే
నిన్నలా?
ఔనేమో
కాదేమో
అయినా రేపు ఉంటుంది.

ఎప్పుడు గుర్తిస్తావు?

ఎగురుతూనే ఉంటుంది
వాలినట్టే వాలి
ఎగురుతూనే

రెప్పలు రెపరెప లాడించడమే కానీ
ఒక్క క్షణం నిలకడుండదు
బహుశా సుప్తచేతన స్థితిలో
అంత నిద్రా ముగించిందేమో

చిట్టి పాదాలతో పూ పరాగాలు
చేరవేస్తూ
కొత్త జీవనానికి
అంకురార్పణ చేసే
సీతాకోకచిలుక
రంగులే చూస్తున్నావు

అందాలు
మాత్రమే చూసే
మనిషివి
అందాల్ని మోయడం
ప్రపంచానికి పురుడు పోయడం
ఎప్పుడు గుర్తిస్తావు?

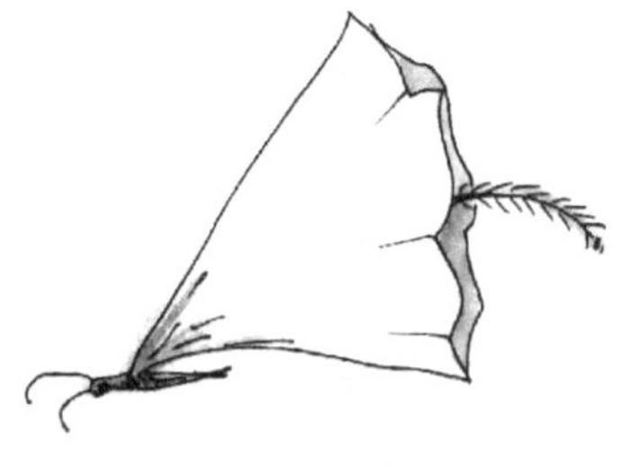

నిత్య బాలెంత

ఉదయమూ సంధ్యా
రాత్రీ పవలూ
చిగుళ్లూ పువ్వులూ
చినుకులూ ఝరులూ
ప్రవాహమూ పరవళ్లా
నిరంతరాయం

కాలం లెక్కెట్టుకొనే
నోట్లకట్ట కాదు
రద్దయి పోయే గతమూ కాదు
కాలం నిత్యభోగం

కాలం జరరుజాలెరుగని
నిత్య బాలెంత
సుఖదుఃఖాలకతీతమైన
శిశుస్వపనం
ముత్తవ్వల కథల కల్వారమాల
కాలం
వేల పాదాల
మనిషి పురోగమనం
అనంత మస్తిష్కాల
ఆవిష్కరణ
కల్పవికల్పాల
పరిణామ కీల

ఎండా – వానా

వాన భావ గంభీరమై
నిలువు లోతు నీటిలో
కుంభవృష్టి లో కూడా
కాస్తంత చెమరుస్తుంది
అంతే

ఎండ అలాకాదు
చెమటతో ఒళ్ళు సలసల కాలుతున్నట్టు
చెప్పులు లేని తారు రోడ్డు మీద నడకలా
చిరిగిన గొడుగు లోంచి
గుచ్చుకునే మంటలా

అయినా ఎడతెరిపిలేని
వానల కాలంలో
ఎండనీ
బరితెగించిన
ఎండలవేళ
వానని
కోరుకోవడం

పగలు ముగిసేక
రాత్రిని
రాత్రి నిద్దట్లో
వెలుగు చప్పుళ్లకోసం

చెవులు రిక్కించడం
సహజం

పొద్దుటికోసం
రాత్రి పరిమళాన్ని
విచ్చుకున్న
పువ్వులంత సహజం

ఈతరాని పర్యాటకులు

అడుగు తీసి అడుగేసే
త్రుటిలో
అగాధమై – నేల

ఏమి మెదిలిందో
మనసులో
ఎవరు తచ్చాటలాడేరో
ఏ అవిశ్వాస నిశ్వాసం...

ద్రవం దారువై
ఎందెందు వెదకి చూసిన అందందేయె..

కళ్ళు తెరచి చూస్తే
కెరటాలని కీర్తిస్తూ
ఈతరాని పర్యాటకుల గుంపు

ఒడ్డుకి దణ్ణం పెట్టుకొని
ఒడ్డుకి విసిరేసిన కెరటానికి
చేయెత్తి

ఇసుకరాసిన కళ్ళు
పాండవుల రథాలు
కోసుకుపోయిన దేవళం
నీకునేను నాకునువ్వ

బావుణ్ణు

రాత్రీ పగళ్లలా
ప్రశ్నలూ జవాబులూ
ఉంటే బావుణ్ణు..

కొంచెం అటూఇటుగా
తేటతెల్లమయ్యేది
ఇంత ఊగిసలాట ఉండేది కాదు
ఎంత సందిగ్ధం!

ప్రశ్నలకి జవాబులు చిక్కుకొని
ఉండేవి చిన్నప్పుడు

ఇప్పుడు
సమాధానాలకోసం
చాలానే వెతుక్కోవాలి.

నీడలకి, వెలుతురికి
ఉన్న సంబంధంలా
ఉహకి వాస్తవానికి చుట్టరికం
ఉంటే బావుణ్ణు

నిజానికి నిశ్శబ్దమే మేలు

అబద్ధానికి మాటలెక్కువ
గాల్లో తిరుగుతూ ..
చెవికి సీసం పోసుకొన్నా
మనస్సుని పీడిస్తూ.

నిద్రనాదిలేసి

ఈసారి ప్రయాణంలో
నిద్రనాదిలేసి
కలని తెచ్చుకొన్నాను
మొదట్లో అంతా రంగులే
తర్వాత ఏది నలుపో
ఏది తెలుపో తెలీని
చుక్కల చుక్కల
మసక మసక
పాత సినిమా..

నిన్నటినించీ కలా లేదు
నిద్రా లేదు
ఒట్టి పొడికళ్ళే
మామూలు ఆఫీసు జీవితం

నిత్యోత్సవం

ప్రయాణం ముగిసేక
ఎంత అలసట!?
ఆహ్లాదానికే అయినా
మార్పుకోసమే అయినా
ఎంత తొందరగా
నిత్య జీవన సంరంభంలో
పడదామా అని ఆత్రుత

కడలైనా, మైదానమైనా
కొండలైనా, నదీలోయలైనా
నిత్యనైమిత్తిక జీవితాన్ని
మరిపించలేవు
మించి మురిపించలేవు

ఉచ్ఛ్వాస నిశ్వాసాల నిరంతరాయంలానే
సూర్యచంద్రుల గమనంలానే
జ్వాలాతేజమై దైనందిన చంక్రమణంలో
శ్రమపరిమళమై
నిత్యోత్సవం బతుకు పుస్తకం

పద్యాలు ఎదురుచూస్తూ ఉంటాయి

పరిమిత
సహజ జననాల కాలంలో
మనం చూసేవన్నీ
నెలతక్కువ కవితలే

ముహూర్తాలు పెట్టుకుని
కొందరు కవి పుంగవులు
పండక్కి, పెద్ద కర్మకి
ఉగాదికి, ఉత్సవానికి,
రాజకీయ ఉన్నతికి
ప్రసవిస్తారు
ఫారం కోడిగుడ్లను పోలిన
ఈ పద్యాలు
అసమ్యోగిక క్రియ వల్లే పుడతాయి
బజారులో బోల్డంత గిరాకీ

కొన్ని పద్యాలు
సద్యోగర్భ జనితాలు
ఘటానాఘటన
పయోమృత ధారలతో
అశ్రువర్ష ధీసతులు

వర్తమాన వార్తా స్రవంతికి
తోబుట్టువులు

మరిన్ని పద్యాలు
భ్రూణ హత్యలే

పూర్ణగర్భాన్ని మోసే
కవులకోసం
పద్యాలు ఎదురుచూస్తూ ఉంటాయి
క్షణక్షణ నిరీక్షణతో.

మన్మందిర కవాటాలు తెరుచుకుని
మూసిన కనురెప్పల లోపల
చిత్ర దరహాసం చేస్తూ
ఒక పరిమళమో, జ్ఞాపకమో
అనుభవమో, కలుక్కుమన్న
గుండెశబ్దమో, రాలిపడ్డ కన్నీటి చుక్కో
పూవు విచ్చుకున్న నిశ్శబ్దమో
అక్షర రూపాన్ని వెతుక్కుంటూ ఉంటుంది

ప్రతి పద్యానికి, తనదైన
ఒక సందర్భం ఉంటుంది
సరైనవాహకం కోసం చూస్తూ
పదికాలాలు నిలవాలని

పొడి ఇసుక

జీతంకోసం చేసే
పనిలా
మెప్పుకోసం రాసే
పాటలా
ముద్దుకోసం చేసే
అల్లరిలా

కవిత్వం   పొడి ఇసుక కాదు

హృదయమగ్నమై
సహానుభూతమై
సహజాతమైన కల్వారమాల.
ప్రవాళ కాంతి స్ఫటికం

పుస్తకం తెరవడం

పుస్తకం తెరవడం అంటే
అనేక ప్రయాణాలకి
ఏక కాలంలో సిద్ధమవడం

వాక్యాలతో కలసి నడవడం
అంతశ్చేతనతో
సంభాషించుకోవడం
తర్కించుకోవడం, విభేదించడం

ముందుకి కదుల్తూనే
ఆగిపోవడం
వెనక్కి నడవడం
జ్ఞాపకాలను పట్టుకోవడం
ఊహలకి తోడుగులల్లడం

గాయని గొంతుతో మమేకమయి
రాగం మనగొంతులోనే పలుకుతున్నట్టు
చెవులే – పాటని వింటూనే
పెదాలై స్వరాలని స్పృశిస్తున్నట్టు

పుస్తకం చదవడమంటే
నాగరికత మెట్లన్నీ
ఎక్కి వచ్చినట్టే.

పలకడం లేదు

కలలోనూ మెలకువలోనూ
మాటలోనూ మౌనంలోనూ
వెతుక్కుంటూనే ఉన్నా
నాందీ వాక్యం కోసం

బైరాగినీ, శిష్టానీ
వీరభద్రుడ్నీ, బోదలేర్ని
రూమీనీ, వేమోనీ
చదువుతూనే ఉన్నా

ఉదయాన్ని, అస్తమయాన్ని
సముద్రపు అలల్నీ, పిచ్చుక సవ్వడులని
నీటి చలమల దగ్గర పావురాల కువకువల్ని
ఆడుకునే పిల్లల్ని, పొదువుకునే జంటల్ని చూస్తూనే ఉన్నా

ప్రవాస ప్రవాహంలో
ఒంటరి గంధర్వుల
ఇసుక గడియారం
చప్పుళ్ళు కూడా

అయినా
అమ్మ పలకడం లేదు

పదం కదలడం లేదు

ఈ దిగుడు బావి
పెను వేసవి తాకిడికి
ఒట్టి పోయిందేమో

ఇసుక తుఫానులో
ఒయాసిస్సు
కానరావడం లేదేమో

ఊపిరి తీయడంలోనే
జీవితం సరిపోతోంది
కాలనేమి కలవరపాటులో
మాట శీతకన్నేసింది

అమ్మ పలకడం లేదు
మానస వీణ ఒత్తిగిల్లింది
అంతర్లయ సన్నగిల్లింది

కబీరు, ఆమె, నేను

కబీరు మట్టి పాత్రలు గురించి చెబుతూ ఉంటాడు
ఆమె అక్కడ చిన్న జంత్ర వాద్యాన్ని పట్టుకుని
స్వరాన్ని శ్రుతి చేసుకుంటూ
అల్లంత దూరం నుంచి నన్ను తడుముతూ..
ఎక్కడ లాహొరు ఎక్కడ నేను..

మాటలతో కాదు
చేతలతో కాదు చూపుతో కాదు
రాగ రంజిత స్వర సమ్మేళనంతో

దేహ దారులన్నీ తెలిసినట్లే
ఎముకలు నాడులు నరాలు ధమనులు
చర్మ రంధ్రాలు
స్వర భేదంతో పదం విరుపుతో
ఆరోహణావరోహణాలతో

శిరస్సు కంపిస్తుంది
రక్త ప్రవాహం జోరు అందుకుంటుంది
కన్ను చెమరుస్తుంది
పాదం తొత్రు పడుతుంది

పిల్లలు గాలి పటాలెగరేసినట్టు

ఇసుకలో గూళ్ళు కట్టినట్టు
చెవిలో రహస్యాలు పలికినట్టు

కబీరు, ఆమె, నేను
దూరాలు తునుముతూ
పక్షుల కోసం చూస్తూ
నిర్మోహంలో...

(అబిదా పర్వీన్ కోసం)

బ్రతికున్నప్పుడే బ్రతికుంటే

బ్రతికున్నప్పుడే బ్రతికుంటే
బావుంటుంది కదా
చచ్చేక బ్రతకడానికి
మనం చరిత్ర కాదు కదా
కవిత్వం
సిరా ఆరకుండానే
పంచ భూతాల్లో కలిసేప్పుడు
అనుభవించే క్షణాలే
అనుభవిస్తే...

ఎవరికోసమో బతికినట్టు
క్షణ క్షణ ప్రత్యక్ష ప్రసారంలా

ఊపిరి పీలుస్తున్నట్టు
నిశ్వాసం వదిలినట్టు
ఎవరితో పంచుకొంటున్నాం

ఊహో ప్రపంచానికి
నిజమెందుకు
నిశ్శబ్దానికి తప్పట్లెందుకు

మౌనానికి

మనస్సంగీతం చాలు కదా
ఉన్మీలనం వేళ
ధ్యాన సంద్రపు
మౌనభాష్యానికి తోడెవ్వరు
ఇంద్రధనస్సు కనిపించినప్పుడు
గణాంక సంకేతాలెందుకు?

నడుస్తూనే ఉంది

దేశమంతా నడుస్తూనే ఉంది
చూస్తున్నాంగా.
కలిసి నడుస్తున్నట్లు కనిపిస్తోంది గానీ
విడిగానే విడి విడిగానే
భయపడ్డ భద్రలోకపు లోగిళ్ళనుంచి
చాకిళ్ళనించి
అభద్రత నుంచి
తమతమ నెలవులకేసి
తరతమ భేదాల జ్ఞానంతో
కలిసి నడవడానికే
ఆయత్తమవుతూ

చీమల నడక చప్పుడు ఎప్పుడైనా విన్నావా
అల ఊపిరిపోసుకొనే
క్షణాన్ని గుర్తుపట్టేవా

ఇంకా సమయం ఉందనిపిస్తే
సంచీ భుజాన్న వేసుకో
ఉన్నపళాన లేచిరా
నడక నేర్చుకో
నలుగురితో కలవడానికి

ఇంక సమయం లేదనిపిస్తే
ఉచ్ఛ్వాస నిశ్వాసాలతో
కాలాన్ని కొలుస్తూవుండు

(*Afsar Mohammad* పద్యం చదివిన (పేరణతో)

తప్పొప్పులు

మొదటి తప్పు చేసి
పశ్చాత్తాప పడతాను

మరోసారి చేసి
ఇబ్బంది పడతాను

పరిపాటిగా మారినప్పుడు
దుఃఖమూ లేదు
పశ్చాత్తాపమూ లేదు
ఆనంద విహారి నవుతాను

తప్పొప్పుల పట్టిక
తారుమారవుతుంది
దిగుడు బావిలో
ఈత వెచ్చగా..

నిద్రకీ మత్తుకీ
ఆందోళనకి ఉద్వేగానికి
తేడా తెలియనట్టే.

నడిచిన త్రోవ

చెదిరి
గతానికి వర్తమానానికి
సంధికుదరక
కొత్త ముఖంతో

మారేది నడకైనా, నడతయినా
నేను వేరే
కొత్త పూతల చెట్టే

ద్వైత మహోత్సవం

అద్దంలో అదే పనిగా
చూసుకుంటూ
ఎంత దూరం జరిగినట్టు?
ఎంత వయసు తరిగినట్టు?
అందమెంత మెరిసినట్టు?

ఎప్పుడైనా
నల్ల మబ్బుల్లో
ప్రతిబింబం చూసుకున్నావా?
నల్ల సిరా లో
మునిగి తేలేవా?
కృష్ణ బిలంలోకి
తొంగి చూసేవా?

పలుమార్లు
ఊపిరి పీల్చుకుంటూ
వదిలేస్తూ
తెరిచి మూసే కన్నులతో
శబ్ద నిశ్శబ్దాల
ద్వైత మహోత్సవంలో
అద్వైతమెలా?

కనిపించని సూక్ష్మం
కనిపించేదెలా?
వెతుకులాడే సాక్ష్యం
ఎదురయ్యేదెలా?

ఎవరైనా అడిగితే

ఎవరైనా అడిగితే
చెవి కోసి ఇద్దామనుకుంటా
ఇంకా అడిగితే
తొడకోసి.

అయినా
నేనేమైనా వాంగోనా?
డేగలే కనపడని
నియంతలకాలం
అంతా అసంయుక్త హల్లుల మయం

చట్రాల్లో బతికే మనుషులకి
చట్టాలు తెలుస్తాయేమో గాని
చిత్తాలు తెలియవు

ఇవ్వడానికి తలనీలాలా
లాభనష్టాల బేరీజు వేసుకుని
దేవుడితో బేరాలాడుకొని
ఇచ్చిపుచ్చుకోవడాలు
సర్దుబాటు చేసుకొని

ఇంతకీ, ప్రేమ
దాపరికాలు,అంతరాలు, భేదాలు
దాటిన అలౌకిక చర్యేనా?
మనం మనల్ని మరిచే
కాలంలోనే ఉన్నామా?

అనుకొంటాం గానీ

అనుకొంటాం గానీ
నిజమెప్పుడూ
తెలుసుకొనేప్పటికి
అబద్ధమయిపోతుంది
భద్రతగా ఉన్నామనుకొంటామా
వాస్తవం కొట్టొచ్చినట్లు
కాదని తెలుస్తుంది

ఈ విత్తనాలు
మొలకెత్తుతాయని
కష్టపడి నాటుతామా
వాన రాక
వచ్చినప్పుడు
ముంచెత్తి
తుట్టతుదకు
గుప్పెడు నువ్వులయి
నవ్వులపాలు చేస్తాయి

అద్దం దుమ్ము దులిపి
చూస్తాను కదా
గుర్తుపట్టడానికి
ఎవరినైనా ఎరువు తెచ్చుకోవాలి

ఎంత బావుణ్ణు

బావున్నారా?
బావున్నాం, మీరు?
మేము బావున్నాం.

పెదాలు దాటే పదాలు
ఆర్ద్రమై, నిజమైతే
ఎంత బావుణ్ణు

ఈ ప్రయాణం లోపలికి

ఒక వాక్యం దగ్గరో
ఒక ఆలోచన దగ్గరో
రెపరెపలాడే కళ్ల దగ్గరో
ఆగిపోతాం

ఆగిన చోటునించి
మళ్ళీ మొదలెట్టడం
కుదిరే పనేనా?

ఆగిపోయేమా
ముందుకిపోయేమా
మొదటికి రావడం
అవసరమా!

ఈ పుస్తకం మూసి
కొత్త బాట పడదాం
ఈ సంగీతం నేపథ్యంలో
మనోధ్వని విందాం
కళ్ళు మూసుకుని
అంతర్యానం చేద్దాం.

సరస్తిరం

ఎవరు వింటారు

రాత్రిని విడగొట్టి
చీకటిని
తప్పిద్దామనుకొంటాను

చీకటినంటించి
పగల్ని
జలజల పారే
రాత్రిలా మారుద్దామని..

గాలినీ, నీటినీ
ఆకాశాన్ని
రూపురేఖలు
మార్చుకోమంటాను

ఎవరు వింటారు
నా మాట?

నేనే
బాల్యాన్ని
తొడుక్కొని...

వాంగో

నక్షత్రరాత్రిలో
వెలుగు చిమ్ముతూ
పదకొండు నక్షత్రాలు.
సైప్రస్ చెట్టు

బాల్యం డాబామీద
కదిలే
కొబ్బరాకు సందుల్లోంచి
వేసవి గాలి

వెలిగే తారల
సప్తర్షి మండలం
ధగధగల ధ్రువ నక్షత్రం

చుక్కల రాత్రి
కథలు విరిసిన
చంద్రయానం

రెండు జడలు

ఎండలు మండుతోనే
ఒక సాయంత్రం ఉక్కపోసి
ఈదురుగాలులతో
కకావికలమయ్యేక
జల్లు కురుస్తుంది
లేచి వచ్చిన ప్రాణం

గాలితిరిగి ఎండ జారి
మబ్బు పట్టి
వానే వానన్నట్టు
వానాకాలం
ఏనుగుల్ని అద్దెకు తెచ్చుకొని
కురుస్తుంది తొండాలతో
నేలానీరు ఒకటే

నింగినీరు కలిసి
తెరిపిచ్చిన క్షణాల
ఇంద్రధనుస్సు ఉల్లాసం

ఎండాకాలాన వానా
వానాకాలాన ఎండా
ఉల్లాసమే ఉత్సాహమే

ఆరు పేటల కాలానికి
ఎండా వానా రెండు జడలు.

ఉప్పాడ ప్రయాణం

రానూ పోనూ పన్నెండు మైళ్ళు
సైకిలు తొక్కడం గుర్తుంది
తోవలో తాగిన సోడా కూడా..

మధ్యలో సాయంత్రం ఎండకి
చెట్టుకింద కాసేపు ఆగి
పొగ ఒదలడం గుర్తుంది

చీకటిపడ్డ తిరుగు ప్రయాణంలో
చెరుకుబళ్ల వరసలో
ఇరుసు చప్పుళ్లమధ్య
కూనిరాగం వెలుగు జల్లడం కూడా

కాని మన ఉప్పాడ ప్రయాణంలో
సముద్రపు అలల చప్పుడు
ఎంత తరిచినా జ్ఞాపకం
రావడంలేదు

ఇన్ని తలపోతలమధ్య
వెక్కిరిస్తూ పున్నమి చందమామ

క్రితం బాల్యం

మొక్కలో నీళ్లు పోస్తావు
అప్పుడప్పుడు గొప్పు తవ్వుతావు
ఎండిన ఆకుల్ని ఏరేస్తావు
గూట్లో దీపం పెట్టి
రోజూ పంచదార నైవేద్యం

చిన్న పళ్ళెంలో
చుక్క నీళ్లు జల్లి
అక్కడే వదిలేస్తే
సాయం కాలానికి
చీమలు శుభ్రం చేస్తాయి
మెట్లపక్క గోడవార
మట్టి తవ్వి పోస్తాయి

బయటకి పొడుచుకొచ్చే
ఇటుకల సందుల్లోంచి
చిక్కుడాకులు ఏటవాలు

మాఘపాదివారాల
అవుపాల చిన్న ఇత్తడిగిన్ని
పరవాన్నం

సూర్యుడికి, మనవలకి
చిక్కుడాకుల్లో

మామ్మ,
చీకటిపడే సాయంత్రం వేళ
చప్పిడిపిండి బెల్లపావకాయతో
ఓ చిన్న ముద్ద

నా వెనకాల
ఇంకా వున్నారు
నీకో అని అడగడానికి కాదు
నాకూ అని చేయి చాపడానికి

మామ్మ లేక నలభై ఏళ్లు
ఏభై ఏళ్ల క్రితం నాటి బాల్యం
అరవై ఏళ్లకి ఇవాళ.

చంద్ర దర్శనం

కూరగాయలు
కొనుక్కోవడానికో
పాలకోసమో
రొట్టె కోసమో
ఉత్తినే నడవడానికో
వెళ్ళినప్పుడు
సిగ్నల్ దగ్గర
నిల్చున్నప్పుడు
ఆకుపచ్చ దీపంకోసం
చూస్తోన్నప్పుడు

ఎదుగుతోనో
తరుగుతోనో
గుండ్రంగానో
కనిపిస్తాడు
చందమామ

ఒక్క క్షణం
ఊరు గుర్తుకొస్తుంది
కార్తిక దీపాలు
తులసి చెట్టూ
అమ్మా, అమ్మమ్మా

మామ్మ
కనిపిస్తారు

అమృతంకురిసిన రాత్రి
తలపుకొస్తుంది
కొత్తపద్యం పుట్టుకొస్తుంది.

ప్రయాస పడి, ప్రవాసం

చదువు పేరుచెప్పి ఇల్లు
ఉద్యోగమని ఊరు
వదిలిపోయేం

ఇంకొంచెం దూరమే కదా అని
దేశం దాటేసేం

ఏ కారణాలు చెప్పినా
అసలు రహస్యం
బతకడానికి

బతకడానికి
కావలసిన డబ్బుకోసం

ఇప్పుడు బతుకుతున్నాం
అవును, బతుకుతున్నాం

అనిపిస్తూ ఉంటుంది
'ప్రయాస పడి
ప్రవాసం కోరుకున్నాం కదా' అని

ఈ తలుపు బయటకి
తెరుచుకొనేది మాత్రమే
మళ్ళీ గర్భసంచిలోకి
చేరలేం.

నడక మిగిలింది

వయసు పెరిగి
పుట్టినరోజు నాటి
పుష్పగుచ్ఛం
వాడిపోయింది

కొత్తచొక్కా
మరక పడలేదు కానీ
మాసిపోయింది

ఎంతో నచ్చిన
పుస్తకం
ఇంక చదవాలనిపించటం లేదు

ఊడిపోతోన్న జుత్తుకి
రంగు వృథా

రేపటికన్నా
నిన్నే మిన్న అనిపిస్తోంది
వద్దనుకొన్నా
బాల్యమే పల్లకిలో
ఊరేగుతోంది

ముందు దారీ లేదు
గమ్యమూ లేదు
నడక మాత్రమే మిగిలింది
నడిచివచ్చిన దారే
రహదారి

నది ఒడ్డున

నది ఒడ్డున కూర్చున్నప్పుడు
నది ఒడ్డునే ఉన్నావా?
నగరంలో తిరిగేటప్పుడు
నగరంలోనే ఉన్నావా?

మాటల మధ్య
పాటల వేళ
పెదాలు కలిసినప్పుడు
కౌగిలిలో
స్పర్శాస్పర్శ సందర్భంలో
నవ్వుల మధ్య
దుఃఖద్వీపంలో

పదుగురిలో
ఏకాంతంలో

ఉన్నావా?
జ్ఞాపకాల పొలిమేరల్లో
తచ్చాడుతున్నావా?
అమ్మనో, బామ్మనో
నాన్ననో, అంతెందుకు
ఊరి చెరువు గట్టునో,
నాలుగు రోడ్ల కూడలినో,
అరుగు మీద కుర్చీలో

కదులుతున్న దృశ్యాలో
నెమరేసుకుంటున్నావా?

అంతర్బహిశ్చ తత్సర్వం
చిన్ని ప్రపంచమే
సూది దారంతో కుట్టుకునే అంగీనే!

చీకటి పడ్డాక

పాట నేనే
పరవశాన్నీ నేనే
పది బళ్ల పరుగులకింద
నలిగిన నల్లేరు నేనే
దాపటెద్దు నవులుతోన్న
జ్ఞాపకాన్నీ నేనే
చెర్నకోల విదిలిస్తూ
జోగుతోన్న పిలగాడ్నీ నేనే

చీకటికి సాయంగా
వెలుగుతోన్న చందమామా నేనే
చిమ్మెట శబ్దమూ
మిణుగురు మెరుపూ
తడితగిలిన
మట్టి వాసనా నేనే

సాయంత్రమూ, రాత్రీ

గోడల బట్టలేసుకొని
కిటికీ బొత్తాలు కూడా బిగించుకొని
మనం ఆడుకొన్న ఆటలకి అర్థాలేమిటి

బాల్యం తీరంలో కట్టిన
పిచ్చుకగూళ్లకి అర్థాలేమిటి

సిగ్గు తెలీదప్పుడు
ఇప్పుడు విడిచింది సిగ్గే కదా!

చేయా చేయా కట్టుకొని
గడ్డిమేటు చుట్టూ తిరిగినట్లు
గడ్డిమేటంతా కలతొక్కినట్లు
బావుంది–
రాత్రి పక్కంతా ఒక్కిందాన వెదజల్లి..

నిజమే
చిన్నప్పుడు సాయంత్రం రాత్రిలోకి
జారిపోవడం దుఃఖం
ఎదతెరిపిలేని ఆటలకి
మర్రోజు సాయంత్రందాకా తెర
రాత్రి కలలో సాయంత్రమే ముసురుకొచ్చి...

ఉదయం కిటికీ లోంచి తొంగిచూస్తే
విడిచిపెట్టాల్సిన కౌగిలే
నాగరికత అంగరఖాల్లో పడి
రాత్రి జ్ఞాపకాల వాతూలాల మధ్య
పగటిలో కలిసీ వేచి ఉండడమే
అస్తమయంకోసం

రాత్రి గోడలే వలువలు
ఉదయం మనమధ్య
వలువలే గోడలు
విలువలే గోడలు

ఉదయం విడిచిపెట్టాల్సిన కౌగిలే
ఉదయం విరుచుకుపడ్డ వ్యావహారికమే

జ్ఞాపకం సూర్యాస్తమయం కోసం
విరిగి విరిగి ఎగిసే గాలి కెరటం
జ్ఞాపకం తలుపులన్నీ తెరుచుకొన్న
గదిలోని నిశ్శబ్దం – రాత్రి శబ్దతరంగమే

(సెప్టెంబర్ 93 నడిచి వచ్చిన దారి)

స్నేహితునికో ప్రేమలేఖ

ఓ సాయంత్రం
కలిసి నడుద్దామని,
నడక ముగించి,
చిక్కని చీకటివేళ
నైట్ క్వీన్ పరిమళాల
వసారాలో
కుంతల వరాళి సాక్షిగా
కూర్చొని
జ్ఞాపకాలూ, పుస్తకాలు
కలపోసుకొని
ఆఘ్రాణించి
చప్పరించి
తీపి వగరుల తత్పరతలో
నీతో మాట్లాడదామని

కాలం
మెట్లెక్కుతూ దిగుతూ
ములుగుతూ తేలుతూ
మమైకమవుతూ
విడిపోయిన
నన్ను పోల్చుకొందామని

ఇంకా ఇక్కడే

మాటల్ని ముంచుకొని
టీ తాగి
నువ్వెళ్ళిపోయేవ్

నేనే, నువ్వాదిలిన
పొగనుంచి
ఇంకా బయటపడలేదు

వంతెన

వంతెన మీద నించున్న
ప్రతిసారీ
నవయవ్వనం
జ్ఞాపకమై ముసురుకొంటుంది
నడిచిన దూరం గుర్తుకొస్తుంది

ఒక దరి
కాల్చిన జొన్న కంకి
మరో వంక
చెరోసగం చాయ్
కథలు, గాథలు
పదసంచయాలు

తిరిగి తిరిగి
అలసి వచ్చిన శరీరానికి
ఇంటి బావినీళ్ళ చల్లదనంలా

ఎప్పుడైనా పాటకోసమో
పాత జ్ఞాపకం తరిమితేనో
వంతెన మీద నెమ్మదిగా..

క్రింద నదీ

పైన నేనొక్కడినే
అయినా తిరునాళ్లలా
సందడే సందడి
ఏనాటిదీ వంతెన?

ఊరికెళ్ళాలని..

ఊరికెళ్ళి వచ్చినప్పటినించీ
అనిపిస్తూనే వుంటుంది
ఊరికెళ్ళాలని..

ఏముంది ఊర్లో?
ఎండిపోయిన చెరువు
కూలిపోయిన బడి
లైబ్రరీ బీరువాలో
చెదపట్టిన పుస్తకాలూ..

మడతమంచం
మందువా వసారాలో
దోబూచులాడే ఎండా
స్తంభాల మీద
చిన్నప్పటి రాతలూ
గాలి కదలికల్లో
అదృశ్యంగా కవిగారి గొంతు

మడతల్లో దాచుకొన్న
కలరా ఉండలా
పాత పెట్టెలో
మసకబారిన ఫొటోల గుంపు

నేనెంత మారినా
ఊరు మారదు
ఊరెంత మారినా
నా కన్ను కప్పదు

హేమంత శిశిరాల మధ్య
బాల్య యౌవనాల వసంత క్రీడ
తప్పి పోయిన సూర్యుడికోసం
మెడ తిప్పిన పొద్దు తిరుగుడు పువ్వ

నా నడక సమయాల్లో

నా నడక సమయాల్లో
పిల్లలు ఎదురు పడుతుంటారు
చిన్న సైకిళ్ళు తొక్కుకొంటూ
ఉత్తినే పరిగెడుతూ
రంగు బెలూన్లు పట్టుకుంటూ

అమ్మలో, నాన్నలో, నానీలో
వాళ్ళని గమనిస్తూ ఉంటారు
మెడలో తాడులేని కుక్కపిల్లలు

కొందరు పలకరిస్తారు
కొందరు తప్పుకుంటారు
కొందరు ముఖం చాటేస్తారు

కొందరు నేను పలకరించినా,
పలకరించినట్టు నవ్వినా కూడా
నా వెలిసిన జుట్టునో
గెడ్డాన్నో చూసి జడుసుకుంటారు
వాళ్ళకేసి చూడనట్టు
బుర్ర వంచుకొని నడిచేస్తాను
అయినా వాళ్ళు నాకేసి చూస్తూనే ఉంటారు

ఓ రోజు ఓ చిన్న పిల్లాడు
నా దగ్గరకి వచ్చి అడిగేడు
Are you grandpa?
అవును, నేనూ ఒక తాతనే అన్నాను
ఆ రోజు మొదలు
రోజూ నన్ను చూడగానే
తాతా అని పలకరిస్తాడు
దగ్గరకొచ్చి చేయి కలిపి వెళ్ళిపోతాడు

కొన్నాళ్ళక్రితం సైకిల్ తొక్కుతోన్న పాప
సైకిల్ ఆపి ఆకాశంలో తెల్లగా మెరుస్తోన్న
పున్నమి చందమామని చూపించింది
పక్కనే ఉన్న నక్షత్రాల్ని కూడా

నిన్న రాత్రి
చందమామ ఎక్కడని
నిలదీసింది
అమావాస్య కదా ఎక్కడ
చూపించను?
రేపు చూపిస్తాను
ఇవాళ నక్షత్రాలు చూడమన్నాను
సప్తర్షి మండలాన్ని చూపించేను
నడక కట్టిపెట్టి కబుర్ల వ్యాయామంలో

చందమామ, నక్షత్రాలు, రాత్రులు,
గాలి వీచే సాయంకాలాలు
ఆడుకునే పిల్లలు
ఇంతకంటే మనసుకి
ఆహ్లాదమెక్కడ?

ఈ నడక

తనంతతానే కప్పుకొన్న మంచుపొర
సహజాతమైన ఎండ
రంగు పుక్కిలిస్తూ
డిసెంబర్ పూలు
మఫ్లర్ ముసుగులో
వెచ్చని పాట
ఈ నడక ఎంత తరగనిదైనా సరే

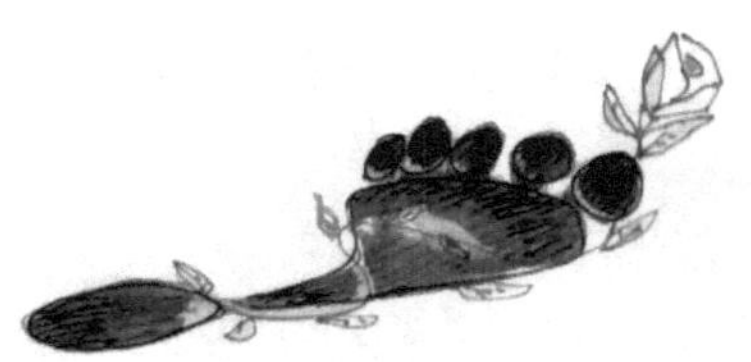

తరువాతే తెలుస్తుంది

తరువాతే తెలుస్తుంది
ఇంట్లోంచి అడుగు బయట పెట్టే
మొదటి ప్రయాణానికి
ఉద్యోగమనే పేరే కానీ
అగమ్యమని
మళ్ళీ తిరిగి వచ్చేది లేదని

తర్వాతే తెలుస్తుంది
బాల్యమూ, కౌమారమూ
కొట్టుకు పోయేయని

అద్దంలో సవరించుకున్న
కొత్త మీసం
పదే పదే దువ్వుకున్న తల
పండిపోయేదాక
ఇక మళ్ళీ ఈ ప్రతిబింబం
కనిపించదని

తర్వాతే తెలుస్తుంది
మళ్ళీ మళ్ళీ రాగలగిన దూరమే
కళ్ళల్లో అమ్మ రూపమే

దూరం
రాత్రికి, పగలుకి ఉన్నంత మాత్రమే
అని నమ్మించేవని

తర్వాతే తెలుస్తుంది
ఉదయాస్తమయాల దూరంగా
కాంతి సంవత్సరాల దూరంగా మారి
జాగృత్ స్వప్నాల మధ్య
లోలకమై ఊగుతూ
జ్ఞాపకమై, మైకమై
పుట్టుమచ్చుగా
తావీదులో దాగిన
బొడ్డుతాడై
అనంత ప్రయాణం

తర్వాత తెలుస్తుంది
తెలియని దేమిటో
తర్వాతే తెలుస్తుంది
గుమ్మం దాటే తనూజు లెదురైనప్పుడు
తర్వాతే తెలుస్తుంది
జిహ్వాగ్రాన్ని అంటిపెట్టుకున్న పిలుపు

ఊరికెళతానా

'**మా** ఇంటికి రా'
అని పిలుస్తాడో పాత స్నేహితుడు
తాను కొత్తగా కట్టుకొన్న ఇల్లు
తిప్పి చూపిస్తాడు
భార్యనీ పిల్లల్ని
నాకు ఎరుక పరుస్తాడు
వేడి కాఫీ ఇచ్చి పంపిస్తాడు

ఇల్లు చూస్తుంటానా..
అక్కడే పాత ఇంట్లో
స్తంభాల చుట్టూ
పరిగెత్తి ఆడుకొన్న బాల్యం గుర్తొస్తుంది
అరుగు మీద కూర్చొని
దారిపోయే వాళ్లని
అల్లరిపెట్టడం...
ముచ్చిరేకు కాగితాలతో
అట్ట కిరీటాలు తగిలించుకొని
ఆడిన దుర్యోధనుడి ఏకపాత్ర గుర్తొస్తుంది
పరీక్ష మందురోజు నిద్ర రాకుండా తాగిన టీ
చల్లారేలోగానే కళ్లమూతలు పడ్డం...

ఇల్లు చూసేనా
తెర మీద సినిమా చూసేనా?

నువ్వంటావు

నువ్వంటావు
వదిలేసి చాలా దూరం
పోయేనని

ఎవరితో చెప్పుకొను?
నన్ను నేనే వదిలేసుకొని
ఎంత దూరం జరిగేనో?

ఒకప్పుడు
నాకు నువ్వ
నీకు నేను

ఇప్పుడు నేనూ లేను
నువ్వా లేవు
అసలు ఎవరమూ
గుర్తు పట్టేట్టుగా లేము.

అన్నీ నువ్వే

నువ్వొక
రుతానివి
వాసంత పరమళానివి
నిశ్శబ్ద మోహానివి
మబ్బులమధ్య
వెలుగు చారికవి
శిశిరానంతర
హరిత పత్రానివి

ఊరికెళ్తానా - 2

ఊరికెళ్తానా..
బస్సు దిగి
ఇంకా తేరిపారి చూసేలోగానే
ఒక ధూళి మేఘం నన్ను కమ్మేస్తుంది

అడుగు ముందుకేస్తానా
సంచీలు పట్టుకొని..

పలకరిస్తాయి
ఊరకుక్కలు
ఏదో పాతజ్ఞాపకాన్ని
వాసన చూస్తున్నట్టు

నడకదూరమే కదా అని
భారాన్ని రొప్పుకుంటూ
మలుపుతిరుగుతానా..

కూలినగోడల
ఖాళీస్థలంలోంచి
భూభారాన్ని మోస్తున్న
ఆదివరాహమూర్తి
సకుటుంబంగా స్వాగతం చెపుతూ..

సకల కల్మషాలూ
కాలువలోనే విదిలించుకుని
రోడ్డు మీద పారుతూ
గంగ నాపాదాలు కడగడానికి
ఉరుకుతానే...

ఎవరు ఉప్పందించేరో గానీ
గుమ్మం ముందు
తేజోమూర్తిలా
నవ్వే ముఖమై
వుత్సాహమంతా తానె
బార్లా తెరిచిన తలుపులతో
చల్ల నీళ్ల గ్లాసై..
అమ్మ
అమ్మలా ఇల్లు

కాళ్లు కడుక్కుని
కుర్చీలో కూర్చుంటే...
ఇంక స్వర్గంతో పనిలేదు.

గుర్తొచ్చినంతే గుర్తొస్తుంది

ఎప్పుడో తోటల్లో తిరిగినట్టు గుర్తు
మాట్లాడుకొనేవాళ్లం
దేనిగురించో...

పళ్లు కట్టించుకొన్నాక
వుత్తినే ఆడించే దవడలా
అరిగిపోయి మసకబారిన
కళ్లద్దాల్లా
కనిపించినంతే కనిపిస్తుంది

ఈ జ్ఞాపకం ఒకటి
గుర్తొచ్చినంతే గుర్తొస్తుంది

కలగాపులగంగా
కాలరేఖ చెదిరినట్టు
ఉదయమే చీకటిపడ్డట్టు
తొందరపడ్డ వేసవిలా
దాహార్తమై
అరుగుమీద అసంబద్ధంగా...

కొంచెం కొంచెంగా
నిన్నటి జ్ఞాపకమే
ఇవాళ జారిపోయింది

సైకత తీరం

వాగర్థాల సంయోగమై

కోసిన పువ్వులన్ని
జంగమ దేవర ఒంటి మీద
దండలయ్యేక

చలి విడిచి
కలకూజితాల
పచ్చని అడవి
వసంతానికి
ధనుష్టంకారమై

కోరికల కాటుకకొండ మీద
వెలుగు రేఖ ప్రేమ

ఎవరు కళ్లు తెరిస్తేనేమి?
ఎవరు బూడిదయితేనేమి?
ప్రేమ పుట్టలేదా?
వాగర్థాల సంయోగమై
కుమార సంభవ మవలేదా!

చప్పుడు

సంయోగ క్రియా క్రతువు
అవసాన వేళ
ప్రాణం పోసుకుంటున్న
అనాది నాదం

అంతరంగ సరాగాల
గమకంలో
దిగుడు బావిలో
నీటి సంచీతో
మెట్లెక్కుతున్న చప్పుడు!

సంధ్య గుప్పిట
విప్పారే వెలుగు తోట
వింధ్య దాటి వచ్చే లోపాముద్ర
పాద మంజీరాల సవ్వడి

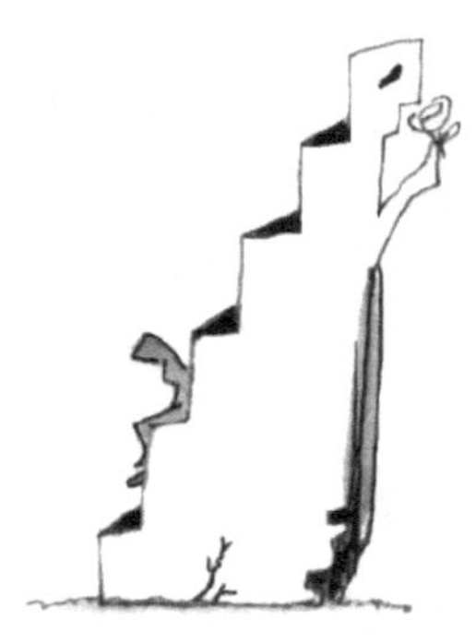

తూనీగా – వేరే ఒక జ్ఞాపకం

చేతిలో కొత్త బొమ్మపెడుతూ
శివాజీ గారు
అన్నారు కదా
'తూనీగ వర్ణానికీ
హర్షాతిరేకానికీ
సంకేతం. శుభసూచకం'

చాలా ఏళ్ల కిందట
నది దాటి గుడికెళ్లి వచ్చేక
ఆవిడడిగిందికదా
'మళ్లీ ఎప్పుడొస్తావు?'

ఉదయాస్తమయాల
ఉష్ణరశ్మిలో
రాత్రిందివాల శీతలవాతూలాలలో

'జ్ఞాపకాల చేతిసంచీ
తేలికయ్యేక
అంతర్ముఖుణ్ణై
రెక్కలల్లార్చుకొని
సీతాకోకచిలకనై వాలనా!

ఒక సాయంత్రం

సూర్యగోళం ముందు
రంగులన్నీ చిదిమి
దీపం పెట్టుకుంటూ
ఆకాశం

ఒంటికి చుట్టిన
ముదురు చందనం ఓణీలో
చిరుజల్లులా ఆమె

జల్లుకి, వెలుక్కి
ఝుల్లుమంటూ
ఇంద్రచాపమై
నేను

రోజు ఇంకా బోల్డంత వుంది

రా(త్రివై వచ్చినదానివి
ఉదయం ఉండకూడదా?
కాస్తంత పొగమంచూ
కొంచెం వేడీ
తెరుచుకొంటున్న కళ్లతో
తొలిచూపూ
అవ్యాజమైన
అలసతా
పంచుకొందాం..

రోజు ఇంకా బోల్డంత వుంది

ఉన్నావా? ఉన్నానా?

నువ్వ నాతో ఉన్నప్పుడు
నేను నీతో ఉన్నానా
నడుస్తున్నప్పుడు మాట్లాడుతున్నప్పుడు
లోలో ఆలోచిస్తున్నప్పుడు
నువ్వు నాతో ఉన్నావా
నేను నాతో ఉన్నానా

గింజలు జల్లినట్టు వాన మొలకెత్తినట్లు
చలి తడిసినట్లు కంకి పాలు పోసుకున్నట్టు
నాతో ఉన్నావా
నేను నీలో ఉన్నానా

కన్నానా, విన్నానా

పెదాల కదలిక
గొంతుమీది
నరాల పొంగు
కనురెప్పలు
మూసి తెరవడం
నుదుట పొటమరించిన
చిరుచెమట
అదిరే ముక్కుపుటాలు

తీగెకదిలి
తుమ్మెద
ఆఖరి బొట్టు తాగి
ఎగిరిన క్షణం

పూవులు తడబడి
వాసన విసురుతోన్న
కులుకు

అందరూ అంటారు
ఆమె బాగా పాడిందని
కర్ణామృతమని

తెరచుకొన్న కళ్ళతో నేను
కన్నానా, విన్నానా!?

కిటికీ తెరిచి

చదువుకోడానికి
తెరిచిన కిటికీ..

చెట్టు మీద
దోరజాంపండు కొరుకుతూ చిలక..

ఎదురింటి మేడ మీద
ముదురు నారింజ

సైగల దారాలతో
సంకేతాల
గాలి పడగలు

పక్షి రెక్కలు విసిరి
కిటికీలోంచి
పుస్తకం ఎగిరి
సాయంత్రమయ్యింది

సన్నజాజుల గుబాళింపు

ముఖం కడుక్కుని
నడక తీయాలి

ఒక్కసారి ఇటు చూడు

నువ్వ ఎదురుగా
కూర్చొన్నావు కదా
మనమధ్య మాటలు దొర్లవేం?
కాఫీ తాగుతూనే
ఉన్నావు కదా
మధ్య మధ్య పెదాలు
అద్దుకుంటూనే ఉన్నావు కదా
కనుబొమ్మలేగరేసి
బుర్ర అటు ఇటు కదిలిస్తూ
దిక్కులు చూస్తూనే ఉన్నావు కదా
అయినా ఒక్కసారేనా
నాకేసి చూడవేం?

నేనూ నీలాగే
కాఫీ కోసమే వచ్చేను
అంతే కాదు
ఎవరితోనైనా మాట్లాడదామని కూడా
ముఖం నిండా
నవ్వు నింపుకొని
కళ్లు విప్పార్చుకొని
చూస్తున్నాను

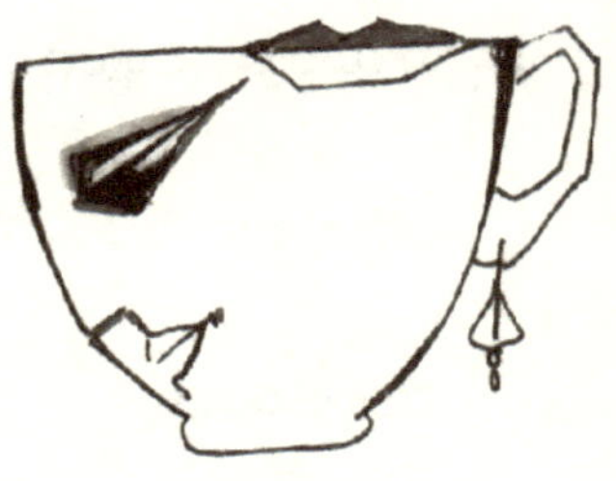

ఒక్కసారి ఇటు చూడు
నేను కొండెక్కినంత సంబరపడతా

ఆమెకు దయ లేదు

ఒక్క ముడత లేకుండా
పక్క సరి జేస్తాను
తలగడ సర్ది పెడతాను
దీపం తగ్గిస్తాను
మంద్రంగా సంగీతం
వినిపిస్తూ ఉంటుంది

రమ్మని పిలుస్తాను
గుసగుసలు పెడతాను
గొంతులోనే
అంకెలు లెక్క పెడతాను

గుర్తొచ్చిన వన్నీ
నెమరేసుకొంటాను

వస్తోందనే అనుకుంటున్నాను
నుదుటి మీద ముద్దు పెట్టినట్టే
దుప్పటిలోకి చేరిందనే
అనిపిస్తుంది

అనుకోకుండా పాదాల మీద
చిన్న స్పర్శ
పక్కమీద చిన్న ముడత
గాలి కెరటాల హోరు
ఎక్కడో కాంతి రౌద
ఇంక ఈ రాత్రి
నిరీక్షణే

శలవురోజు మధ్యాహ్నమో
భుక్తాయసం వేళో
అలసిన సాయంత్రం వేళో
పుస్తకంలో అక్షరాలు
చెదిరిన వేళో
చటుక్కున కావలించుకొని
సమయాసమయాలతో
నిమిత్తం లేకుండానే
అపార ప్రేమతో సత్కరించే
ఆమెకి ఈవేళ దయలేదు

భవభూతి వాక్యమే శరణు
రాత్రిరేవం వ్యరం సీత.

రంగుల జడి

మనం ఇంటి దగ్గర
బయలుదేరినప్పుడు
నీ మాటలతోటే నడుస్తున్నాను

గాలి చల్లబడుతోంది
నీ ఉద్వేగపు ఉచ్ఛ్వాసం తెలుస్తోనే ఉంది.

నువ్వు మధ్య మధ్య అడుగుతూనే ఉన్నావు
వింటున్నావా..
ఊఁ కొడుతూనే వున్నాను.
ఇంక నా వల్లకాదు
కుంగుతోన్న సూర్యుడు
నీ కంటే ఎక్కువ గట్టిగా పిలుస్తున్నాడు
రంగులన్నీ విసిరి
హెూలీ ఆడిస్తున్నాడు.
నీ మాటలే విననా,
రంగుల జడిలో
స్నానమాడనా!

శేషశయ్య

ఒకళ్లకోసం చేసిన మంచం మీద
ఇద్దరం ఒకటయ్యేం

ఇప్పుడు
ఇద్దరు పట్టే మంచం మీద
మనకే కాదు
గతానికీ
నిశ్శబ్దానికీ
అగాధానికీ
కూడా చోటుంది

అలౌకికం

మూడంకాల మధ్య
ప్రశ్నల గుంపులోంచి
ఆమె అడిగింది కదా
ప్రేమ ఇంత భౌతికమా?
అలౌకికమనో
నిర్మలమనో
అమలినమనో
అనుకుంటూ ఉన్నానిన్నాళ్ళూ..

వాన పడ్డప్పుడో
ఎండమండినప్పుడో
చలి వణికించినప్పుడో
శ్రమ మెలిపెట్టినప్పుడో
తడవడం అలవడం
గజగజలాడడం
సొమ్మసిల్లడం
అలౌకికమా?
నిర్మలమా?

శరీరం భౌతికమే
శరీరానుభవాలూ భౌతికమే
నెమరేసుకోవడం..
తపించడం...

పక్క – రెండు దిక్కులు

శరీరాల మధ్య
సంకోచ వ్యాకోచాలతో
గడిచిన తొలినాళ్ల తర్వాత

మన్నూ మిన్నూ
ఏకమైన సుడిగాలి
పరవళ్లు తొక్కే
చంచల జలధ్వానం

వేగానికి బీగం వేసి
రెక్కలు చాపుకుని
తేలే పక్షుల జంట

ఎవరి నీడ ఎవరిదో
కలస్వనంలో
పోల్చుకొలేని
జంటస్వరం

కాలం ఋతువుల షడ్జమం
కాలం నింగి చుక్కల గుంపు
కాలం వెలుగు పులుగుల మంద

కాలం చీకటి జీబూతం
కాలం ఏకాకి

మనో చాంచల్యాలు దాటి
విశీర్ణమై
దూరం విస్తీర్ణమై
చదరంగంలో చతికిలబడి
ఇప్పుడు
పక్క రెండు దిక్కులు

రంగస్థలం మీద

నువ్వెప్పుడూ శబ్దాన్ని మోసుకొస్తావు
నక్షత్రం చిగురించే వేళ మాటల్ని వెలిగించి
దీపాల వెలుగులో నీ నీడ వదిలి వెళ్ళిపోతావు.

నీ చేతులు పట్టుకుందాం అనుకుంటాను
నీ చెంపలు నిమురుదాం అనుకుంటాను
వందల వేల మాటలతో
నిన్ను ఉక్కిరిబిక్కిరి చేద్దామనుకుంటాను
మాట గొంతులోనే ఉంటుంది
నేను గుమ్మం దగ్గరే ఉంటాను

నువ్వు కూర్చానీ కూర్చోకుండానే
నించానీ నించోకుండానే మాట్లాడుతూ
జవాబులడక్కుండానే ప్రశ్నిస్తావు
అడగని ప్రశ్నలకి నువ్వే జవాబిస్తావు

నీళ్ళకుండ చెమర్చినట్టు,
పక్షుల ప్రస్థానంలాగా
నిన్నటి స్వప్నం గురించో
మధ్యాహ్నం చెట్లగుంపులో
ఒంటరి పక్షి పాట గురించో

ఏం మాట్లాడేవో, ఏం విన్నానో, ఏం అన్నానో...

తెరపడ్డాక, రంగస్థలం మీద ఒంటరినై
నిశ్శబ్దాన్ని శ్వాసిస్తూ..

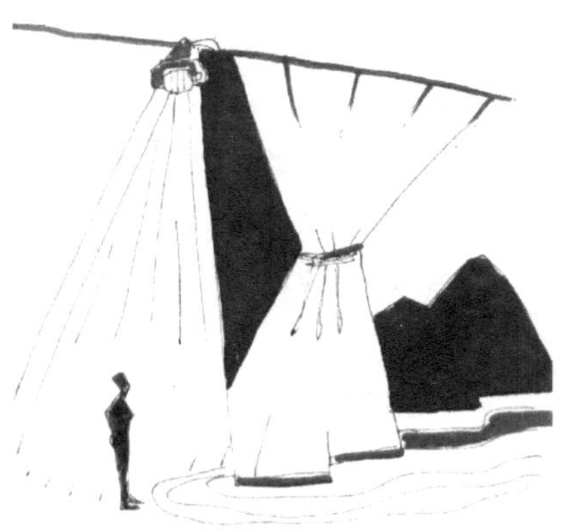

ఒడ్డు లేని మంచం

ఒంటరి మంచంమీద
ఒరుసుకు పడుకున్నా
చెరో ఒడ్డున పడుకున్నా
ఆ దారి వేరు.

నిద్రరాక ఒత్తిగిలినప్పుడు
నీకూ నిద్రాభంగం కావచ్చు

మధ్యరాత్రి
నీరు వదిలి
నీరు తాగే గుటక శబ్దానికి
నీకూ దాహం వేయచ్చు
నిద్రకీ మెలకువకీ మధ్య
మంచం ఒకటి

ఇవాళ ఆసుపత్రి మంచమ్మీద
నువ్వు
నొప్పిలేకుండా
మత్తుమందిచ్చిన నిద్ర

ఒడ్డులేని మంచమ్మీద
తేలుతూ కదులుతూ నేను

జూకా మందారం

ఎదిగిన పిల్లల్ని
పరిచయం చేస్తూ
ఆమె

రెండు జళ్ళ
పట్టు పరికిణి
కొమారమై
జూకా మందారాల
పువ్వులందుకోడానికి
ఎగిరి గెంతినప్పుడు
సాయమందించిన
ఉదయం వలె

ఎవరన్నారు
పువ్వులు వాడిపోతాయని
జ్ఞాపకాల పరిమళమై
నిత్యమూ వికసించవూ...

శయ్యంతర్యామి

ప్రతి రాత్రీ
నన్ను పక్కలోకి
పిలిచేంత వరకు
నన్ను నేనే ప్రేమించుకుంటూ ఉంటాను

తలగడ మీద చోటిచ్చి
కాళ్ళు పక్కకి జరిపి
కళ్ళ మీద ముద్దుపెట్టి
తనలోకి తీసుకెళ్తుంది

నా కదలికలకు ఊతమిచ్చి
శ్వాసని నియంత్రిస్తూ
రెప్పలుమూసి
దుప్పటి కప్పి
మంత్రలోకానికి
ప్రయాణం చేయిస్తుంది
నిద్ర నా శయ్యంతర్యామి

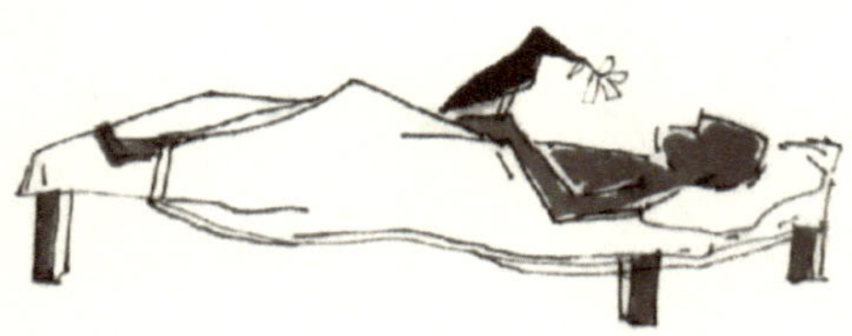